Hướng dẫn đầy đủ về nước ép trái cây

100 CÔNG THỨC NƯỚC ÉP ĐƠN GIẢN, NGON MIỆNG VÀ BỔ DƯỠNG GIÚP TĂNG CƯỜNG SỨC KHỎE VÀ NĂNG LƯỢNG CỦA BẠN

Cúc Bảo

Tuyên bố miễn trừ trách nhiệm

Thông tin có trong Sách điện tử này được coi là một bộ sưu tập toàn diện các chiến lược mà tác giả của Sách điện tử này đã nghiên cứu. Tóm tắt, chiến lược, mẹo và thủ thuật chỉ là khuyến nghị của tác giả và việc đọc Sách điện tử này sẽ không đảm bảo rằng kết quả của một người sẽ phản ánh chính xác kết quả của tác giả. Tác giả của Sách điện tử đã nỗ lực hết sức để cung cấp thông tin hiện tại và chính xác cho người đọc Sách điện tử. Tác giả và các cộng sự sẽ không chịu trách nhiệm về bất kỳ lỗi hoặc thiếu sót vô ý nào có thể được tìm thấy. Tài liệu trong Sách điện tử có thể bao gồm thông tin của bên thứ ba. Tài liệu của bên thứ ba bao gồm các ý kiến do chủ sở hữu của chúng bày tỏ. Do đó, tác giả của Sách điện tử không chịu trách nhiệm hoặc nghĩa vụ đối với bất kỳ tài liệu hoặc ý kiến nào của bên thứ ba. Cho dù là do sự tiến triển của Internet hay những thay đổi không lường trước được trong chính sách của công ty và hướng dẫn gửi bài biên tập, những gì được nêu là sự thật tại thời điểm viết bài này có thể trở nên lỗi thời hoặc không áp dụng được sau này.

MỤC LỤC

GIỚI THIỆU

Nước ép trái cây là một cách tự nhiên để làm mới, nuôi dưỡng và tiếp thêm năng lượng cho cơ thể. Chứa đầy đủ các loại vitamin, khoáng chất và chất chống oxy hóa thiết yếu, những thức uống này không chỉ ngon mà còn mang lại nhiều lợi ích cho sức khỏe. Cho dù bạn đang muốn giải độc, tăng cường khả năng miễn dịch hay chỉ đơn giản là thưởng thức một món ăn ngon, nước ép trái cây là một lựa chọn đa năng và dễ làm. Từ các loại hỗn hợp nhiệt đới đến các loại nước ép xanh, bộ sưu tập các công thức nước ép trái cây này sẽ truyền cảm hứng cho bạn sáng tạo trong bếp và tận hưởng hương vị tươi mát của thiên nhiên trong từng ngụm. Hãy cùng khám phá thế giới nước ép trái cây tươi mát, phục hồi sức sống!

ÉP TRÁI CÂY CHO NGƯỜI MỚI BẮT ĐẦU

1. Nước ép nữ thần xanh

Thành phần

- 3 nhánh cần tây
- 1/2 quả dưa chuột lớn, cắt thành bốn phần
- 1 quả táo xanh cỡ vừa, cắt thành tám phần
- 1 quả lê vừa, cắt thành tám phần

a) Ép tất cả các nguyên liệu theo hướng dẫn ép nước thông thường trong sách hướng dẫn sử dụng máy ép trái cây.

b) Uống ngay hoặc để lạnh trong một giờ rồi thưởng thức.

2. Nước ép gừng zinger

Thành phần

- 2 quả táo vừa, cắt thành tám phần
- 5 củ cà rốt (không cần gọt vỏ)
- 1/2 inch gừng tươi
- 1/4 quả chanh

a) Ép tất cả các nguyên liệu theo hướng dẫn ép nước thông thường trong sách hướng dẫn sử dụng máy ép trái cây.

b) Uống ngay hoặc để lạnh trong một giờ rồi thưởng thức.

3. Nước ép cải xoăn Tropi

Thành phần

- 1/4 quả dứa tươi, bỏ vỏ và lõi, cắt thành từng dải dài 1 inch
- 4 lá cải xoăn
- 1 quả chuối chín, đã lột vỏ
- Đối với nước ép chống oxy hóa:
- 2 củ cải đường cỡ vừa, cắt thành 4 phần và lá xanh
- 1 cốc quả việt quất
- 1 cốc dâu tây cắt đôi, bỏ vỏ

c) Ép tất cả các nguyên liệu theo hướng dẫn ép nước thông thường trong sách hướng dẫn sử dụng máy ép trái cây.

d) Uống ngay hoặc để lạnh trong một giờ rồi thưởng thức.

4. Nước ép tăng cường miễn dịch

Thành phần

- 2 quả cam, cắt thành 4 phần
- 1/4 quả chanh (bỏ vỏ để bớt đắng)
- 1 quả táo vừa, cắt thành tám phần
- 1/2" gừng tươi

a) Ép tất cả các nguyên liệu theo hướng dẫn ép nước thông thường trong sách hướng dẫn sử dụng máy ép trái cây.

b) Uống ngay hoặc để lạnh trong một giờ rồi thưởng thức.

5. Nước ép cải xoăn Kale Kickstart

Thành phần

- 1 quả cam, cắt thành 4 phần
- 1 cốc dâu tây cắt đôi và bỏ vỏ
- 2 lá cải xoăn
- 3 củ cà rốt
- 1 quả chuối chín

a) Ép tất cả các nguyên liệu theo hướng dẫn ép nước thông thường trong sách hướng dẫn sử dụng máy ép trái cây.

b) Uống ngay hoặc để lạnh trong một giờ rồi thưởng thức.

6. Nước ép dưa chuột mát lạnh

Thành phần

- 1/4 quả dưa lưới chín, bỏ hạt, cắt thành từng miếng (không cần gọt vỏ)
- 2 nhánh cần tây
- 1/2 quả dưa chuột, cắt thành lát
- 1/4 quả chanh (bỏ vỏ để giảm vị đắng)

a) Ép tất cả các nguyên liệu theo hướng dẫn ép nước thông thường trong sách hướng dẫn sử dụng máy ép trái cây.

b) Uống ngay hoặc để lạnh trong một giờ rồi thưởng thức.

NƯỚC ÉP GIẢM CÂN

7. Nước ép lựu

Hướng dẫn

a) Cắt đôi quả lựu tươi theo chiều ngang.

b) Nâng tay cầm của máy ép trái cây lên và đặt một nửa quả lựu vào máy, phần thịt lựu hướng xuống dưới.

c) Nhấn xuống với lực vừa phải và quan sát nước trái cây tươi chảy ra từ trái cây. Tiếp tục nhấn cho đến khi bạn cảm thấy đã chiết xuất hết nước trái cây.

d) Tiếp tục ép nửa quả lựu cho đến khi bạn có đủ nước cho một cốc.

e) Nếu bạn muốn nước ép nguyên chất không có hạt, trước tiên bạn có thể lọc nước qua rây.

f) Nếu quả lựu bạn ép không đủ ngọt, bạn có thể thêm chất tạo ngọt tự nhiên vào nước ép. Nhưng nếu mục tiêu chính của bạn là giảm cân, thì bạn có thể phải tập cho mình thói quen thưởng thức nước ép trái cây tươi mà không cần thêm đường.

8. Nước ép dưa hấu

Hướng dẫn

a) Cắt đôi quả dưa hấu rồi tiếp tục cắt thành khối vuông.

b) Bỏ hạt ra khỏi phần thịt. Bạn có thể giữ lại phần hạt trắng, mềm nếu bạn không ngại nước ép có chút kết cấu.

c) Cho các khối dưa hấu vào máy ép rồi ấn xuống để lấy nước ép tươi. Tiếp tục ép các khối dưa hấu cho đến khi đủ cho một cốc.

9. Nước ép bưởi

Hướng dẫn

a) Rửa sạch bưởi bằng nước ấm.

b) Cắt đôi quả bưởi theo chiều ngang.

c) Đặt nửa quả bưởi vào máy ép trái cây với phần thịt hướng xuống dưới.

d) Nhấn máy ép trái cây cho đến khi nước ép màu hồng tươi bắt đầu cháy ra.

e) Lặp lại các bước này cho đến khi bạn rót đầy một cốc nước ép tươi.

f) Bằng cách uống nước ép bưởi, bạn sẽ tăng cường hấp thụ vitamin C. Loại nước ép này cũng chứa chất xơ, magiê và kali.

g) Kết hợp điều này với chế độ ăn uống lành mạnh, cân bằng và tập thể dục thường xuyên, bạn chắc chắn sẽ bắt đầu giảm được những cân thừa cứng đầu.

10. Nước ép cà rốt

Hướng dẫn

a) Cắt nhỏ cà rốt để dễ ép nước hơn. Nhưng nếu bạn có máy ép nước mạnh, bạn có thể bỏ qua bước này.

b) Cho các miếng cà rốt vào máy ép rồi ép xuống cho đến khi nước ép tươi bắt đầu chảy ra. Tiếp tục làm như vậy cho đến khi bạn có được một cốc nước ép cà rốt tươi.

c) Mặc dù uống nước ép cà rốt vào bữa sáng là tốt nhất, nhưng bạn cũng có thể uống bất cứ lúc nào.

d) Cà rốt cũng chứa chất chống oxy hóa, có thể giúp tăng cường hệ miễn dịch của bạn. Đây là một lợi ích quan trọng nếu bạn đang cố gắng giảm cân.

11. Nước ép bắp cải

Hướng dẫn

a) Chọn một cây bắp cải chắc và có lá giòn. Loại bắp cải này sẽ cho nhiều nước hơn so với những cây bắp cải có lá mềm, vàng.

b) Rửa sạch bắp cải dưới vòi nước lạnh.

c) Cắt nhỏ bắp cải thành từng khối vừa với máng nạp của máy ép trái cây.

d) Cho các khối bắp cải vào máy ép trái cây rồi ép xuống cho đến khi nước ép tươi bắt đầu chảy ra.

e) Tiếp tục thêm các khối bắp cải cho đến khi bạn có đủ nước để đổ đầy một cốc.

12. Nước ép dưa chuột

Hướng dẫn

a) Cắt bỏ hai đầu của quả dưa chuột.

b) Bạn có thể gọt vỏ hoặc không trước khi ép nước. Dù bằng cách nào, hãy đảm bảo rửa sạch dưa chuột trước khi bắt đầu thái lát.

c) Cắt dưa chuột thành từng miếng vừa với ống nạp của máy ép trái cây.

d) Cho từng miếng dưa chuột vào máy ép và ép cho đến khi nước ép tươi chảy ra.

12. Nước ép dưa chuột

Hướng dẫn

a) Cắt bỏ hai đầu của quả dưa chuột.

b) Bạn có thể gọt vỏ hoặc không trước khi ép nước. Dù bằng cách nào, hãy đảm bảo rửa sạch dưa chuột trước khi bắt đầu thái lát.

c) Cắt dưa chuột thành từng miếng vừa với ống nạp của máy ép trái cây.

d) Cho từng miếng dưa chuột vào máy ép và ép cho đến khi nước ép tươi chảy ra.

13. Nước ép trái cây và rau xanh hỗn hợp

Khẩu phần ăn: 1 khẩu phần

Thành phần

- $\frac{1}{2}$ quả chanh
- 1 quả dưa chuột
- 1 miếng gừng (tươi)
- 2 quả táo xanh
- 3 nhánh cần tây (bỏ lá)
- một nhánh bạc hà

Hướng dẫn

a) Rửa sạch tất cả các loại trái cây và rau củ sau đó dùng khăn giấy thấm khô.

b) Gọt vỏ gừng, táo, dưa chuột và chanh.

c) Cắt tất cả nguyên liệu thành từng miếng vừa với ống nạp của máy ép trái cây.

d) Cho các miếng trái cây và rau củ vào máy ép trái cây. Nhấn máy ép trái cây xuống cho đến khi nước ép tươi bắt đầu chảy ra. Việc ép các thành phần sẽ tùy thuộc vào loại máy ép trái cây mà bạn sở hữu.

e) Khi bạn có đủ nước ép để rót đầy một cốc, hãy thêm một nhánh bạc hà và thưởng thức.

14. Nước ép rễ, lá và trái cây

Khẩu phần ăn: 1 khẩu phần

Thành phần

- $\frac{1}{4}$ quả dứa
- $\frac{1}{2}$ quả chanh
- 1 củ cải đường cỡ vừa
- 1 quả cam
- 2 lá bắp cải đỏ
- 3 củ cà rốt vừa
- một nắm rau bina

Hướng dẫn:

a) Rửa sạch tất cả các loại trái cây và rau củ sau đó dùng khăn giấy thấm khô.

b) Gọt vỏ dứa, chanh, củ cải đường, cà rốt và cam.

c) Cắt tất cả nguyên liệu thành từng miếng vừa với ống nạp của máy ép trái cây.

d) Cho các miếng trái cây và rau củ vào máy ép trái cây. Nhấn máy ép trái cây xuống cho đến khi nước ép tươi bắt đầu chảy ra. Việc ép các thành phần sẽ tùy thuộc vào loại máy ép trái cây mà bạn sở hữu.

e) Khi bạn đã uống đủ nước ép để rót đầy một cốc, hãy uống hết!

15. Hỗn hợp nước ép nhiệt đới

Khẩu phần ăn: 1 khẩu phần

Thành phần

- ½ cốc miếng dứa
- 1 quả táo lớn
- 2 củ cà rốt lớn
- 2 miếng gừng (tươi)

Hướng dẫn:

a) Rửa sạch tất cả các loại trái cây và rau củ sau đó dùng khăn giấy thấm khô.

b) Gọt vỏ táo, cà rốt và gừng.

c) Cắt tất cả các nguyên liệu (trừ dứa) thành từng miếng vừa với ống nạp của máy ép trái cây.

d) Cho các miếng trái cây và rau củ vào máy ép trái cây. Nhấn máy ép trái cây xuống cho đến khi nước ép tươi bắt đầu chảy ra. Việc ép các thành phần sẽ tùy thuộc vào loại máy ép trái cây mà bạn sở hữu.

e) Khi bạn có đủ nước ép để rót đầy một cốc, bạn có thể thưởng thức hỗn hợp nước ép nhiệt đới của mình.

16. Hỗn hợp nước ép ngọt và chua

Khẩu phần ăn: 1 khẩu phần

Thành phần:

- 1 cốc rau bina
- 1 quả dưa chuột
- 1 quả chanh
- 1 miếng gừng (tươi)
- 2 nhánh cần tây (bỏ lá)
- 3 quả táo vừa

Hướng dẫn:

a) Rửa sạch tất cả các loại trái cây và rau củ sau đó dùng khăn giấy thấm khô.

b) Gọt vỏ dưa chuột, chanh, gừng và táo.

c) Cắt tất cả nguyên liệu thành từng miếng vừa với ống nạp của máy ép trái cây.

d) Cho các miếng trái cây và rau củ vào máy ép trái cây. Nhấn máy ép trái cây xuống cho đến khi nước ép tươi bắt đầu chảy ra. Việc ép các thành phần sẽ tùy thuộc vào loại máy ép trái cây mà bạn sở hữu.

e) Khi bạn đã có đủ nước ép để rót đầy một cốc, hãy thưởng thức hỗn hợp nước ép này để làm dịu dạ dày và giúp bạn cảm thấy dễ chịu hơn.

17. Nước ép giải độc cam hỗn hợp

Khẩu phần ăn: 2 khẩu phần

Thành phần

- 1 quả cam
- 1 củ khoai lang (dài khoảng 5 inch, có thể nấu chín hoặc chưa nấu chín)
- 2 quả táo vừa
- 2 quả lê vừa
- 3 nhánh cần tây (bỏ lá)

Hướng dẫn:

a) Nếu bạn định nấu khoai lang, hãy làm điều này trước.

b) Rửa sạch tất cả các loại trái cây và rau củ sau đó dùng khăn giấy thấm khô.

c) Gọt vỏ cam, khoai lang, táo và lê.

d) Cắt tất cả nguyên liệu thành từng miếng vừa với ống nạp của máy ép trái cây.

e) Cho các miếng trái cây và rau củ vào máy ép trái cây. Nhấn máy ép trái cây xuống cho đến khi nước ép tươi bắt đầu chảy ra. Việc ép các thành phần sẽ tùy thuộc vào loại máy ép trái cây mà bạn sở hữu.

f) Khi bạn có đủ nước ép để rót đầy một cốc, hãy thưởng thức hỗn hợp nước ép ngọt ngào và bổ dưỡng này.

18. Hỗn hợp nước ép tươi mát

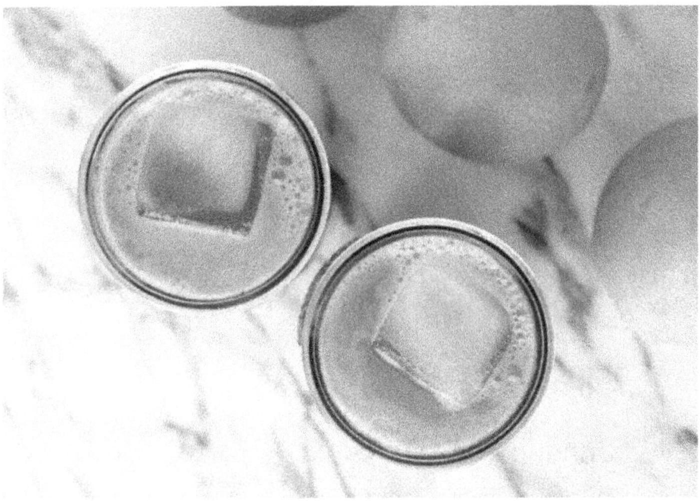

Khẩu phần ăn: 1 khẩu phần

Thành phần

- ½ quả dưa chuột
- ½ miếng gừng (tươi)
- 1 quả chanh
- 1 quả cam
- 3 nhánh cần tây (bỏ lá)
- 3 quả táo vừa
- 4 lá cải xoăn

Hướng dẫn:

a) Rửa sạch tất cả các loại trái cây và rau củ sau đó dùng khăn giấy thấm khô.

b) Gọt vỏ dưa chuột, gừng, chanh, cam và táo.

c) Cắt tất cả nguyên liệu thành từng miếng vừa với ống nạp của máy ép trái cây.

d) Cho các miếng trái cây và rau củ vào máy ép trái cây. Nhấn máy ép trái cây xuống cho đến khi nước ép tươi bắt đầu chảy ra. Việc ép các thành phần sẽ tùy thuộc vào loại máy ép trái cây mà bạn sở hữu.

e) Khi bạn có đủ nước ép để rót đầy một cốc, hãy thưởng thức hỗn hợp nước ép tươi mát và bổ dưỡng này.

19. Nước ép hỗn hợp Lemonade Blitz

Khẩu phần ăn: 1 khẩu phần

Thành phần

- 1 cốc rau bina
- ½ quả chanh
- 1 quả chanh
- 1 miếng gừng (tươi)
- 2 nhánh cần tây (bỏ lá)
- 2 quả táo xanh
- 4 lá cải xoăn

Hướng dẫn:

a) Rửa sạch tất cả các loại trái cây và rau củ sau đó dùng khăn giấy thấm khô.

b) Gọt vỏ chanh, gừng và táo.

c) Cắt tất cả nguyên liệu thành từng miếng vừa với ống nạp của máy ép trái cây.

d) Cho các miếng trái cây và rau củ vào máy ép trái cây. Nhấn máy ép trái cây xuống cho đến khi nước ép tươi bắt đầu chảy ra. Việc ép các thành phần sẽ tùy thuộc vào loại máy ép trái cây mà bạn sở hữu.

e) Khi bạn có đủ nước ép để rót đầy một cốc, hãy thưởng thức phiên bản nước chanh cổ điển chua chua, giúp giảm cân này.

20. Nước ép rau muống trộn

Khẩu phần ăn: 1 khẩu phần

Thành phần

- 1 thìa cà phê tảo xoắn (khô)
- 1 củ cải đường cỡ vừa
- 2 củ cà rốt vừa
- 2 quả cam

Hướng dẫn:

a) Rửa sạch tất cả các loại trái cây và rau củ sau đó dùng khăn giấy thấm khô.

b) Gọt vỏ củ cải đường, cà rốt và cam.

c) Cắt tất cả nguyên liệu thành từng miếng vừa với ống nạp của máy ép trái cây.

d) Cho các miếng trái cây và rau củ vào máy ép trái cây. Nhấn máy ép trái cây xuống cho đến khi nước ép tươi bắt đầu chảy ra. Việc ép các thành phần sẽ tùy thuộc vào loại máy ép trái cây mà bạn sở hữu.

e) Khi bạn có đủ nước ép để rót đầy một cốc, hãy thêm tảo xoắn, trộn đều và thưởng thức!

21. Hỗn hợp nước ép Red Hot

Khẩu phần ăn: 1 khẩu phần

Thành phần

- 2 cốc rau bina
- ½ quả chanh
- 1 quả ớt jalapeño
- 1 củ cải đường cỡ vừa
- 1 miếng gừng (tươi)
- 2 nhánh cần tây
- 5 củ cà rốt lớn

Hướng dẫn:

a) Rửa sạch tất cả các loại trái cây và rau củ sau đó dùng khăn giấy thấm khô.

b) Gọt vỏ chanh, củ cải đường, gừng và cà rốt.

c) Nếu bạn muốn giảm độ cay, trước tiên bạn có thể bỏ hạt ớt jalapeño.

d) Cắt tất cả các nguyên liệu (trừ ớt jalapeño) thành từng miếng vừa với ống nạp của máy ép trái cây.

e) Cho các miếng trái cây và rau củ vào máy ép trái cây. Nhấn máy ép trái cây xuống cho đến khi nước ép tươi bắt đầu chảy ra. Việc ép các thành phần sẽ tùy thuộc vào loại máy ép trái cây mà bạn sở hữu.

f) Khi bạn có đủ nước ép để rót đầy một ly, hãy thưởng thức loại nước ép độc đáo này một cách thú vị.

22. Hỗn hợp việt quất cam quýt

CHO RA 1 CỐC

Thành phần

- 1 cốc quả việt quất
- 2 quả cam, đã gọt vỏ
- 1 quả bưởi hồng, đã lột vỏ

Hướng dẫn:

a) Ép trái cây qua ống cấp nước của máy ép trái cây điện tử theo hướng dẫn của nhà sản xuất theo bất kỳ thứ tự nào bạn muốn.

b) Uống ngay sau khi pha chế.

23. Nước ép dưa hấu cam

SẢN LƯỢNG 11/2 CỐC

Thành phần

- 2 cốc dưa hấu thái miếng
- 1 quả cam lớn, đã gọt vỏ

Hướng dẫn:

a) Xử lý trái cây bằng máy ép trái cây điện tử theo hướng dẫn của nhà sản xuất.
b) Dùng riêng hoặc dùng với đá.

24. Berry Củ cải đường đặc biệt

CHO RA 1 CỐC

Thành phần

- 1 cốc quả việt quất
- 1/2 cốc dâu tây
- 1/2 củ cải đường cỡ vừa
- 1 cây cải cầu vồng lá lớn
- 1/2 cốc nước suối

Hướng dẫn:

a) Xử lý quả mọng bằng máy ép trái cây điện tử theo hướng dẫn của nhà sản xuất.

b) Thêm củ cải đường và cải cầu vồng.

c) Đánh đều nước ép với nước cho đến khi hòa quyện và thưởng thức!

25. Món ăn vặt hấp dẫn

SẢN LƯỢNG 11/2 CỐC 1

Thành phần

- khoai lang, đã gọt vỏ
- 4 nhánh cần tây, có lá
- 1/2 cốc rau bina
- 1 quả bí ngồi
- 1 quả dưa chuột

Hướng dẫn:

a) Cắt khoai lang thành từng miếng và cho vào máy ép trái cây theo hướng dẫn của nhà sản xuất.

b) Thêm cần tây và rau bina.

c) Cắt bí thành từng miếng rồi cho vào máy ép, sau đó cho dưa chuột vào.

d) Khuấy đều nước ép cho đến khi hòa quyện và thêm đá tùy theo sở thích.

26. Mục tiêu cân nặng Lắc

CHO RA 21/2 CỐC (2 PHẦN ĂN)

Thành phần

- 1 củ cải đường cỡ vừa, có thể bỏ ngọn
- 5 củ cà rốt, cắt tỉa
- 2 nhánh cần tây, bao gồm cả lá
- 1 quả dưa chuột, cắt thành từng miếng
- 1 quả bưởi, đã gọt vỏ
- 1 quả kiwi
- mận, bỏ hạt
- lê, bỏ lõi
- 2 quả táo, bỏ lõi

Hướng dẫn:

a) Xay củ cải đường và cà rốt bằng máy ép trái cây điện tử theo hướng dẫn của nhà sản xuất.
b) Thêm cần tây và dưa chuột.
c) Thêm bưởi và kiwi, sau đó là mận.
d) Thêm lê và táo.
e) Đánh hoặc lắc nước ép để trộn đều các thành phần. Dùng trực tiếp hoặc dùng với đá.

27. Đấm táo dưa hấu

SẢN LƯỢNG 11/2 CỐC

Thành phần

- táo, bỏ lõi
- cốc dưa hấu, cắt thành từng miếng

Hướng dẫn:

a) Ép táo bằng máy ép trái cây điện tử theo hướng dẫn của nhà sản xuất.

b) Thêm dưa hấu vào.

c) Đánh đều nước ép cho hòa quyện và dùng ngay.

28. Lắc Ngọt Ngào

CHO RA 1 CỐC

Thành phần

- 1 quả chuối, đông lạnh hoặc tươi
- 1 quả táo, bỏ lõi
- 1 thìa cà phê gia vị bánh bí ngô
- Chuối trong máy xay sinh tố

Hướng dẫn:

a) Sử dụng máy ép trái cây hoặc máy xay sinh tố để xay nhuyễn các loại trái cây có nhiều thịt như chuối và bơ.

b) Cho tất cả các nguyên liệu vào máy xay sinh tố và xay nhuyễn.

c) Dùng ngay.

29. Cocktail giảm cân siêu tốc

CHO 2 CỐC (2 PHẦN ĂN)

Thành phần

- 2 nhánh cần tây, bao gồm cả lá
- 1/2 quả dưa chuột
- 1/4 đầu bắp cải xanh
- 2 nhánh cải thìa
- 1/2 quả táo vừa, bỏ lõi
- 1/2 quả chanh, đã gọt vỏ
- 1 miếng gừng (1/2 inch)
- 1/2 cốc rau mùi tây
- 5 lá cải xoăn hoặc cải xanh
- 1 cốc rau bina

Hướng dẫn:

a) Xay cần tây và dưa chuột bằng máy ép trái cây điện tử theo hướng dẫn của nhà sản xuất.

b) Cắt bắp cải thành từng miếng và cho vào máy ép, sau đó cho thêm cải thìa, táo và chanh.

c) Thêm gừng và rau mùi tây.

d) Thêm cải xoăn hoặc cải xanh và rau bina.

e) Dùng riêng hoặc dùng với đá.

30. Cảm nhận chất đốt cháy chất béo

CHO RA 21/2 CỐC (2 PHẦN ĂN)

Thành phần

- 2 quả cà chua lớn, cắt thành 4
- thân cây cần tây
- hoặc 4 củ cải, bỏ đuôi và cắt tỉa
- 1 quả ớt chuông đỏ ngọt, bỏ hạt
- 1 quả ớt chuối vàng, hoặc 1 quả ớt jalapeño tươi, bỏ hạt
- 3 cây hành lá
- 1/2 thìa cà phê ớt cayenne
- Một ít sốt Tabasco hoặc tùy khẩu vị

Hướng dẫn:

a) Xay cà chua và cần tây bằng máy ép trái cây điện tử theo hướng dẫn của nhà sản xuất.

b) Thêm củ cải và ớt chuông.

c) Thêm hành lá vào.

d) Thêm ớt cayenne và nước sốt cay.

e) Đánh đều nước ép và thưởng thức!

31. Thuốc làm tan cellulite

CHO RA 1 CỐC

Thành phần

- 1 quả táo, bỏ lõi
- bưởi, đã lột vỏ
- thân cây cần tây, có lá
- 1/2 quả dưa chuột
- 2 thìa lá bạc hà tươi

Hướng dẫn:

a) Ép táo bằng máy ép trái cây điện tử theo hướng dẫn của nhà sản xuất.

b) Thêm phần bưởi, tiếp theo là cần tây.

c) Thêm dưa chuột và lá bạc hà.

d) Đánh hoặc lắc đều nước ép và thưởng thức!

32. Rau cải xoong bưởi Delight

SẢN LƯỢNG 11/2 CỐC

Thành phần

- bưởi, đã lột vỏ
- 1/2 cốc cải xoong
- hoặc 4 nhánh rau mùi tây

Hướng dẫn:

a) Ép bưởi bằng máy ép trái cây điện tử theo hướng dẫn của nhà sản xuất.

b) Thêm cải xoong và rau mùi tây.

c) Dùng riêng nước ép hoặc uống kèm đá.

33. Nước ép giảm cân Tropic

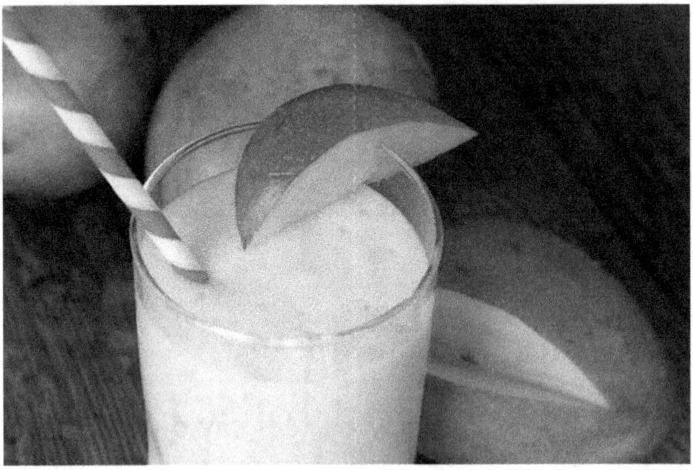

SẢN LƯỢNG 11/2 CỐC

Thành phần

- 2 quả xoài, bỏ hạt
- 1 quả táo, bỏ lõi
- 1 quả bưởi, đã gọt vỏ
- 1 miếng gừng (1/2 inch)

Hướng dẫn:

a) Xử lý xoài bằng máy ép trái cây điện tử theo hướng dẫn của nhà sản xuất.
b) Thêm táo, tiếp theo là múi bưởi và gừng.
c) Đánh hoặc lắc nước ép để trộn đều các nguyên liệu và thưởng thức.

34. Nước ép táo mâm xôi

SẢN LƯỢNG 11/2 CỐC

Thành phần

- 2 cốc quả mâm xôi
- 2 quả táo, bỏ lõi
- 1 quả chanh, đã gọt vỏ

Hướng dẫn:

a) Xử lý quả mọng bằng máy ép trái cây điện tử theo hướng dẫn của nhà sản xuất.

b) Thêm táo, sau đó là chanh.

c) Đánh hoặc lắc nước ép để trộn đều các thành phần và dùng riêng hoặc với đá.

35. Nước ép củ đậu

CHO RA 1 CỐC

Thành phần

- 1 củ đậu nguyên
- 2 cốc rau bina
- 1/2 củ cải đường cỡ vừa
- 1/2 quả chanh, đã gọt vỏ
- 1 quả cam vừa, đã gọt vỏ

Hướng dẫn:

a) Xử lý củ đậu bằng máy ép trái cây điện tử theo hướng dẫn của nhà sản xuất.

b) Thêm rau bina.

c) Thêm củ cải đường, tiếp theo là các múi chanh và cam.

d) Đánh hoặc lắc nước ép để trộn đều các thành phần và dùng kèm đá nếu thích.

36. Quả cam Bonanza

CHO RA 2 CỐC

Thành phần

- 2 củ cải đường nhỏ, cắt tỉa và bỏ đuôi
- 2 quả cam lớn, đã lột vỏ
- 1/2 quả chanh, đã gọt vỏ
- cà rốt lớn, cắt tỉa
- cốc rau bina
- 2 nhánh cần tây có lá
- 1 miếng gừng tươi (1 inch)

Hướng dẫn:

a) Xử lý củ cải đường bằng máy ép trái cây điện tử theo hướng dẫn của nhà sản xuất.
b) Thêm các múi cam, tiếp theo là chanh.
c) Xay nhuyễn cà rốt, sau đó thêm rau bina và cần tây. Thêm gừng.
d) Đánh đều nước ép để hòa quyện các nguyên liệu, dùng ngay.

37. Nước giải khát Minty

CHO RA 1 CỐC

Thành phần

- 1 quả táo, bỏ lõi
- 5 nhánh bạc hà
- 1 quả chanh, đã gọt vỏ

Hướng dẫn:

a) Ép cần tây bằng máy ép trái cây điện tử theo hướng dẫn của nhà sản xuất.
b) Thêm táo, sau đó là bạc hà và chanh.
c) Dùng riêng hoặc dùng với đá.
d) Một chút nước sốt cay nồng
e) Các loại thảo mộc tươi để trang trí (tùy chọn)
f) Trộn các nguyên liệu trong bát đựng của máy chế biến thực phẩm hoặc máy xay sinh tố cho đến khi mịn.
g) Để lạnh trong 1 giờ hoặc lâu hơn và trang trí bằng các loại thảo mộc tươi tùy thích.

NƯỚC ÉP TĂNG CƯỜNG HỆ MIỄN DỊCH

38. Nước ép cam quýt

Thành phần

- 3 quả quýt hoặc 2 quả cam nhỏ - đã bóc vỏ
- 1 quả chanh nhỏ, gọt vỏ cắt bỏ
- 1 quả chanh nhỏ, lột vỏ cắt bỏ
- 1 inch gừng gọt vỏ và thái lát mỏng
- 1/2 thìa cà phê nghệ khô, hoặc miếng nghệ tươi đã lột vỏ dài 1/2 inch
- Một nhúm muối biển thật
- Một nhúm hạt tiêu đen
- Mật ong, tùy khẩu vị (bỏ qua đối với Whole30)
- 1 1/2 cốc nước

Hướng dẫn

a) Gọt vỏ quýt hoặc cam, và cắt bỏ vỏ khỏi chanh và chanh xanh. Nếu bạn sử dụng máy xay sinh tố tốc độ cao như Blender thì có thể giữ nguyên trái cây. Nếu không, bạn có thể cắt thành từng miếng nhỏ hơn.

b) Gọt vỏ và thái lát mỏng gừng, sau đó chuẩn bị các nguyên liệu khác.

c) Cho tất cả các nguyên liệu vào máy xay. Xay ở tốc độ cao cho đến khi mịn và không còn miếng trái cây hoặc gừng nào sót lại.

d) Dùng ngay hoặc cho vào tủ lạnh để bảo quản cho đến khi sẵn sàng thưởng thức. Lắc đều trước khi rót!

39. Nước ép cà chua

Thành phần

- 3 pound cà chua chín mọng, bỏ lõi, thái nhỏ
- 1 1/4 cốc cần tây cắt nhỏ với lá
- 1/3 chén hành tây thái nhỏ
- 2 muỗng canh đường (tùy khẩu vị)
- 1 thìa muối
- Một nhúm hạt tiêu đen
- Một vài giọt nước sốt Tabasco, khoảng 6-8 giọt (tùy khẩu vị)

Hướng dẫn:

a) Cho tất cả các nguyên liệu vào nồi lớn không phản ứng (dùng nồi thép không gỉ, không dùng nồi nhôm). Đun nhỏ lửa và nấu, không đậy nắp, cho đến khi hỗn hợp hoàn toàn thành súp, khoảng 25 phút.

b) Đổ hỗn hợp qua rây, máy xay chinoise hoặc máy xay thực phẩm. Để nguội hoàn toàn.

c) Bảo quản kín và ướp lạnh. Có thể để được khoảng 1 tuần trong tủ lạnh.

40. Hỗn hợp nước ép ABC

Khẩu phần ăn: 1 khẩu phần

Thành phần

- 1 quả táo xanh
- 1 quả chanh
- 1 miếng gừng (tươi)
- 2 củ cải đường
- 3 củ cà rốt

Hướng dẫn:

a) Rửa sạch tất cả các loại trái cây và rau củ sau đó dùng khăn giấy thấm khô.

b) Gọt vỏ táo xanh, chanh, gừng, củ cải đường và cà rốt.

c) Cắt tất cả nguyên liệu thành từng miếng vừa với ống nạp của máy ép trái cây.

d) Cho các miếng trái cây và rau củ vào máy ép trái cây. Nhấn máy ép trái cây xuống cho đến khi nước ép tươi bắt đầu chảy ra. Việc ép các thành phần sẽ tùy thuộc vào loại máy ép trái cây mà bạn sở hữu.

e) Khi bạn có đủ nước ép để rót đầy một cốc, hãy thưởng thức hỗn hợp nước ép lành mạnh giúp tăng cường khả năng miễn dịch này.

41. Nước ép trái cây Sunshine

Khẩu phần ăn: 1 khẩu phần

Thành phần

- 1 miếng gừng (tươi)
- 2 quả cam
- 4 củ cà rốt

Hướng dẫn:

a) Rửa sạch tất cả các loại trái cây và rau củ sau đó dùng khăn giấy thấm khô.

b) Gọt vỏ gừng, cam và cà rốt.

c) Cắt tất cả nguyên liệu thành từng miếng vừa với ống nạp của máy ép trái cây.

d) Cho các miếng trái cây và rau củ vào máy ép trái cây. Nhấn máy ép trái cây xuống cho đến khi nước ép tươi bắt đầu chảy ra. Việc ép các thành phần sẽ tùy thuộc vào loại máy ép trái cây mà bạn sở hữu.

e) Khi bạn có đủ nước ép để rót đầy một cốc, hãy thưởng thức hỗn hợp nước ép tươi mát, bổ dưỡng và tăng cường khả năng miễn dịch này.

ÉP NƯỚC ÉP ĐỂ TIÊU HÓA TỐT HƠN

42. Nước chanh

Khẩu phần: 6

Thành phần

- 3-4 quả chanh lớn để có được 1 cốc nước cốt chanh
- 2 lít nước
- $\frac{1}{4}$ cốc Đường Tùy chọn hoặc theo khẩu vị
- 1 quả chanh nhỏ thái lát Trang trí (tùy chọn)

Hướng dẫn:

a) Lăn chanh trên mặt bàn theo chuyển động tròn hoặc lăn giữa hai lòng bàn tay. Như vậy chanh sẽ dễ vắt nước hơn.

b) Thành phần được hiển thị.

c) Cắt mỗi quả chanh thành 2 phần bằng nhau và vắt lấy nước cốt.

d) cắt chanh để vắt nước.

e) Đổ nước cốt chanh tươi vào bình rồi thêm 2 lít nước lạnh.

f) Thêm chanh thái lát (tùy chọn) và đường nếu sử dụng.

g) thêm nước ép và lát chanh vào bình.

h) Khuấy đều và cho vào tủ lạnh để làm lạnh ít nhất 30 phút hoặc có thể dùng ngay với đá.

i) nước chanh trong cốc và bình.

43. Nước ép mận

Khẩu phần2

Thành phần

- 1 + 1/4 cốc nước
- 5 quả mận khô
- 2 thìa đường
- 1 thìa nước cốt chanh
- ít đá khối lập phương

Hướng dẫn:

a) Lấy mận khô. Thêm 1/4 cốc nước vào.
b) Đậy kín và để yên trong 15-20 phút.
c) Cho mận khô đã ngâm, 1 cốc nước vào máy xay sinh tố rồi thêm đường.
d) Trộn cho đến khi mịn.
e) Dùng thìa ép lấy nước cốt. Cuối cùng cho thêm nước cốt chanh.
f) Cho vài viên đá vào ly, sau đó rót nước ép vào, trộn đều và dùng ngay.

44. Hỗn hợp nước ép chống oxy hóa

Khẩu phần ăn: 1 khẩu phần

Thành phần

- 2 thìa giấm táo (tốt nhất là giấm hữu cơ có 'Mother')
- ½ chén rau mùi tây
- ½ củ cải đường
- 1 quả dưa chuột cỡ vừa
- 1 quả táo nhỏ
- 1 quả chanh nhỏ
- 3 củ cà rốt vừa
- 4 nhánh cần tây
- gừng (tươi, bạn có thể thêm nhiều tùy thích)

Hướng dẫn:

a) Rửa sạch tất cả các loại trái cây và rau củ sau đó dùng khăn giấy thấm khô.

b) Gọt vỏ củ cải đường, dưa chuột, táo, chanh và cà rốt.

c) Cắt tất cả nguyên liệu thành từng miếng vừa với ống nạp của máy ép trái cây.

d) Cho các miếng trái cây và rau củ vào máy ép trái cây. Nhấn máy ép trái cây xuống cho đến khi nước ép tươi bắt đầu chảy ra. Việc ép các thành phần sẽ tùy thuộc vào loại máy ép trái cây mà bạn sở hữu.

e) Khi bạn có đủ nước ép để rót đầy một cốc, hãy khuấy giấm táo vào và thưởng thức!

45. Nước ép Go Green Juice Blend

Khẩu phần ăn: 1 khẩu phần

Thành phần

- 1 quả dưa chuột
- 1 quả táo xanh
- 1 quả chanh
- 5 lá cải xoăn

Hướng dẫn:

a) Rửa sạch tất cả các loại trái cây và rau củ sau đó dùng khăn giấy thấm khô.

b) Gọt vỏ dưa chuột, táo và chanh.

c) Cắt tất cả nguyên liệu thành từng miếng vừa với ống nạp của máy ép trái cây.

d) Cho các miếng trái cây và rau củ vào máy ép trái cây. Nhấn máy ép trái cây xuống cho đến khi nước ép tươi bắt đầu chảy ra. Việc ép các thành phần sẽ tùy thuộc vào loại máy ép trái cây mà bạn sở hữu.

e) Khi bạn có đủ nước ép để rót đầy một cốc, hãy thưởng thức hỗn hợp nước ép tươi này để cải thiện tiêu hóa.

NƯỚC ÉP ĐỂ ĐIỀU CHỈNH HORMONE

46. Rau họ cải

Thành phần

- 2 thìa lá bạc hà
- 1 cốc rau bina
- 3 nhánh cần tây
- $\frac{1}{2}$ quả dưa chuột
- 1 cốc bắp cải xanh
- 1 cốc bông cải xanh (thân và hoa)
- $\frac{1}{2}$ quả táo đỏ
- 1 quả chanh nhỏ (bỏ 3/4 vỏ)
- 1 miếng gừng tươi cỡ ngón tay cái (đã gọt vỏ)

Hướng dẫn:

a) Rửa sạch và thái nhỏ tất cả nguyên liệu.
b) Chạy qua máy ép trái cây.

47. Nước ép anh đào chua

Khẩu phần ăn: 1 khẩu phần

Thành phần

- $\frac{1}{2}$ giọt tinh dầu húng quế
- 1 cốc lá cải xoăn (xắt nhỏ)
- 1 cốc dứa (thái nhỏ)
- 1 quả chanh
- 2 quả dưa chuột
- 3 nhánh cần tây

Hướng dẫn:

a) Rửa sạch tất cả các loại trái cây và rau củ sau đó dùng khăn giấy thấm khô.

b) Gọt vỏ chanh và dưa chuột.

c) Cắt tất cả nguyên liệu thành từng miếng vừa với ống nạp của máy ép trái cây.

d) Cho các miếng trái cây và rau củ vào máy ép trái cây. Nhấn máy ép trái cây xuống cho đến khi nước ép tươi bắt đầu chảy ra. Việc ép các thành phần sẽ tùy thuộc vào loại máy ép trái cây mà bạn sở hữu.

e) Khi bạn có đủ nước ép để rót đầy một cốc, hãy thêm tinh dầu húng quế theo khẩu vị (và để tăng thêm dinh dưỡng) và thưởng thức.

48. Hỗn hợp nước ép màu cam

Khẩu phần ăn: 1 khẩu phần

Thành phần:

- 2 cốc rau xanh như cải xoăn và rau bina
- 1 củ cải đường
- 1 quả cam
- 1 quả táo nhỏ
- 3 củ cà rốt

Hướng dẫn:

a) Rửa sạch tất cả các loại trái cây và rau củ sau đó dùng khăn giấy thấm khô.

b) Gọt vỏ củ cải đường, cam, táo và cà rốt.

c) Cắt tất cả nguyên liệu thành từng miếng vừa với ống nạp của máy ép trái cây.

d) Cho các miếng trái cây và rau củ vào máy ép trái cây. Nhấn máy ép trái cây xuống cho đến khi nước ép tươi bắt đầu chảy ra. Việc ép các thành phần sẽ tùy thuộc vào loại máy ép trái cây mà bạn sở hữu.

e) Khi bạn có đủ nước ép để rót đầy một cốc, hãy thưởng thức hỗn hợp nước ép này ngay để có kết quả tốt nhất.

ÉP NƯỚC ÉP ĐỂ THANH LỌC ĐỘC TỐ

49. Nước ép táo

Thành phần:

- 18 quả táo
- Quế (tùy chọn)
- Đường (tùy chọn)

Hướng dẫn:

a) Đầu tiên, rửa sạch táo rồi bỏ lõi để loại bỏ hạt. Cắt táo thành từng lát. Không cần gọt vỏ táo.

b) Cho táo vào nồi và thêm đủ nước để ngập táo. Quá nhiều nước và bạn sẽ có nước ép khá loãng. Nước ép này có thể hơi nồng, nhưng pha loãng nước ép bằng nước sẽ dễ hơn nhiều so với việc cố làm cho hương vị đậm đà hơn.

c) Luộc táo từ từ trong khoảng 20-25 phút hoặc cho đến khi táo khá mềm. Đặt một miếng lọc cà phê hoặc một miếng vải thưa vào rây lọc lưới mịn và đặt lên trên một cái bát.

d) Từ từ múc hỗn hợp nước ép/táo nóng vào rây lọc lưới mịn và nhẹ nhàng nghiền táo. Nước ép sẽ được lọc qua đáy vào bát của bạn trong khi phần táo nghiền sẽ được giữ lại. Đặt phần táo nghiền vào một bát riêng để dùng sau. Lặp lại quá trình này cho đến khi toàn bộ nước ép của bạn đã vào bát.

e) Nếm thử nước ép sau khi để nguội một chút. Bạn có thể thêm đường hoặc quế tùy theo sở thích. Một lần nữa, nếu hương vị quá nồng, bạn có thể thêm nước từng chút một để làm dịu hương vị.

f) Bạn có thể dễ dàng biến hỗn hợp táo nghiền thành nước sốt táo bằng cách xay nhuyễn và thêm một ít đường và quế cho vừa ăn.

g) Hãy nhớ rằng nước ép táo tự làm của bạn không phải là nước ép quả mọng

h)

50. Hỗn hợp nước ép giải độc

Khẩu phần ăn: 4 khẩu phần

Thành phần:

- ½ quả chanh
- 1 miếng gừng (tươi)
- 2 quả táo vừa
- 3 củ cải đường cỡ vừa
- 6 củ cà rốt

Hướng dẫn:

a) Rửa sạch tất cả các loại trái cây và rau củ sau đó dùng khăn giấy thấm khô.

b) Gọt vỏ chanh, gừng, táo, củ cải đường và cà rốt.

c) Cắt tất cả nguyên liệu thành từng miếng vừa với ống nạp của máy ép trái cây.

d) Cho các miếng trái cây và rau củ vào máy ép trái cây. Nhấn máy ép trái cây xuống cho đến khi nước ép tươi bắt đầu chảy ra. Việc ép các thành phần sẽ tùy thuộc vào loại máy ép trái cây mà bạn sở hữu.

e) Khi bạn có đủ nước ép để rót đầy một cốc, hãy thưởng thức hỗn hợp nước ép này và bảo quản phần còn lại trong tủ lạnh đến một tuần.

51. Nước ép gừng và rau củ Zinger

Khẩu phần ăn: 1 khẩu phần

Thành phần:

- $\frac{1}{2}$ chén rau mùi tây
- 2 cốc rau bina
- $\frac{1}{2}$ quả dưa chuột
- $\frac{1}{2}$ quả chanh
- 1 quả táo xanh
- 2 nhánh cần tây
- 2 miếng gừng (tươi)

Hướng dẫn:

a) Rửa sạch tất cả các loại trái cây và rau củ sau đó dùng khăn giấy thấm khô.

b) Gọt vỏ dưa chuột, chanh, táo và gừng.

c) Cắt tất cả nguyên liệu thành từng miếng vừa với ống nạp của máy ép trái cây.

d) Cho các miếng trái cây và rau củ vào máy ép trái cây. Nhấn máy ép trái cây xuống cho đến khi nước ép tươi bắt đầu chảy ra. Việc ép các thành phần sẽ tùy thuộc vào loại máy ép trái cây mà bạn sở hữu.

e) Khi bạn có đủ nước ép để rót đầy một ly và thưởng thức hỗn hợp nước ép này khi ướp lạnh để có kết quả tốt nhất.

52. Chương trình Detox đặc biệt

TÔI

CHO RA 1 CỐC

Thành phần:

- 3 củ cải đường cỡ vừa, bao gồm cả lá xanh, cắt tỉa
- 1 củ cà rốt vừa, cắt tỉa
- 1/2 pound nho đen không hạt

Hướng dẫn:

a) Cắt củ cải đường và rau xanh thành từng miếng.

b) Xay củ cải đường, rau xanh và cà rốt bằng máy ép trái cây điện tử theo hướng dẫn của nhà sản xuất.

c) Thêm nho vào.

d) Đánh đều nước ép để các thành phần hòa quyện hoàn toàn. Uống ngay.

53. Borscht trong ly thủy tinh

CHO RA 1 CỐC

Thành phần:

- 2 củ cải đường nhỏ, bao gồm cả rau xanh
- 1 quả táo vừa, bỏ lõi
- 1 quả cam vừa, gọt vỏ và chia múi
- 3 cây hành lá, bao gồm cả phần ngọn
- dưa chuột lớn
- 2 thìa lá bạc hà tươi

Hướng dẫn:

a) Ép củ cải đường và rau xanh bằng máy ép trái cây điện tử theo hướng dẫn của nhà sản xuất.
b) Thêm táo, tiếp theo là các múi cam.
c) Thêm hành tây và dưa chuột.
d) Thêm lá bạc hà.
e) Trộn đều nước ép và thưởng thức cùng đá.

54. Màu xanh quyến rũ

CHO RA 2 CỐC

Thành phần:

- 1/2 bó rau bina, khoảng 2 cốc
- 1 chén cải xoong
- 1 cốc rau arugula
- táo vừa, bỏ lõi
- 1/2 quả chanh, đã gọt vỏ
- thân cây cần tây, có lá
- 1 lát gừng tươi dài 1/2 inch

Hướng dẫn:

a) Ép táo bằng máy ép trái cây điện tử theo hướng dẫn của nhà sản xuất.
b) Thêm chanh và nhánh cần tây.
c) Thêm rau xanh và gừng theo thứ tự bất kỳ.
d) Đánh đều nước ép và dùng lạnh hoặc với đá.

55. Sức mạnh của quả lựu

CHO RA 1 CỐC

Thành phần:

- 4 quả lựu, đã gọt vỏ
- 1/2 quả chanh, gọt vỏ 2 thìa mật ong thô

Hướng dẫn:

a) Cho lựu đã gọt vỏ vào máy ép trái cây điện tử theo hướng dẫn của nhà sản xuất.
b) Thêm chanh.
c) Thêm mật ong vào nước ép thu được.
d) Đánh đều nước ép cho đến khi mật ong tan hoàn toàn và thưởng thức!

56. Tăng cường thanh lọc cơ thể

THÀNH PHẦN | SẢN LƯỢNG 1 CỐC

Thành phần:

- 1 chén bông cải xanh
- 3 củ cà rốt cỡ vừa, cắt tỉa
- 1 quả táo cỡ vừa, chẳng hạn như Granny Smith, bỏ lõi
- 1 nhánh cần tây, bao gồm cả lá
- 1/2 cốc lá rau bina

Hướng dẫn:

a) Xay bông cải xanh, cà rốt và táo bằng máy ép trái cây điện tử theo hướng dẫn của nhà sản xuất.
b) Thêm thân cần tây và lá rau bina.
c) Trộn đều nước ép và uống càng sớm càng tốt sau khi pha để đạt hiệu quả tối đa.

57. Người Sắt

ĐƯỢC 3 CỐC (2 PHẦN ĂN)

Thành phần:

- 4 quả cam lớn, đã bóc vỏ
- 4 quả chanh vừa, đã gọt vỏ
- 1/4 cốc mật ong thô, hoặc tùy khẩu vị
- 4 cốc nho đỏ, đen hoặc xanh không hạt

Hướng dẫn:

a) Xử lý cam và chanh bằng máy ép trái cây điện tử theo hướng dẫn của nhà sản xuất.
b) Thêm mật ong, sau đó là nho.
c) Đánh đều nước ép cho đến khi hòa quyện hoàn toàn và thưởng thức! Nếu thích, bạn có thể thêm nước lạnh để làm loãng nước ép một chút và giảm bớt hương vị.

58. Giải độc toàn thân

CHO RA 1 CỐC

Thành phần:

- 1 quả cà chua lớn
- 2 nhánh măng tây
- 1 quả dưa chuột cỡ vừa
- 1/2 quả chanh, đã gọt vỏ

Hướng dẫn:

a) Xay nhuyễn cà chua và măng tây bằng máy ép trái cây điện tử theo hướng dẫn của nhà sản xuất.

b) Thêm dưa chuột và chanh.

c) Trộn đều nước ép và dùng lạnh hoặc với đá.

59. Thanh lọc cà rốt

CHO RA 1 CỐC

Thành phần:

- 1/2 pound cà rốt, cắt tỉa
- 1 quả táo lớn, bỏ lõi
- 1 quả chanh, gọt vỏ và bỏ hạt

Hướng dẫn:

a) Cho cà rốt vào máy ép trái cây điện tử theo hướng dẫn của nhà sản xuất, từng củ một.
b) Cắt táo thành từng miếng và cho vào.
c) Thêm chanh.
d) Đánh đều nước ép và thưởng thức ngay.

60. Cocktail rau mùi atisô

CHO RA 1 CỐC

Thành phần:

- 4 cây atisô Jerusalem
- 1 bó rau mùi tươi, khoảng 1 cốc
- 4 củ cải lớn, bỏ cuống và cắt tỉa
- 3 củ cà rốt cỡ vừa, cắt tỉa

Hướng dẫn:

a) Xử lý từng quả atisô Jerusalem bằng máy ép trái cây điện tử theo hướng dẫn của nhà sản xuất.
b) Vo rau mùi thành một viên tròn, nén chặt và cho vào.
c) Thêm củ cải và cà rốt.
d) Trộn đều nước ép và thưởng thức cùng đá tùy theo sở thích.

61. C-Nước giải độc

SẢN LƯỢNG 11/2 CỐC

Thành phần:

- 3 quả kiwi
- 2 quả bưởi hồng, đã lột vỏ và bỏ hạt
- 4 ounce nước

Hướng dẫn:

a) Ép kiwi và bưởi bằng máy ép trái cây điện tử theo hướng dẫn của nhà sản xuất.
b) Thêm nước vào và trộn đều.
c) Uống càng sớm càng tốt sau khi pha vì vitamin C tươi sẽ nhanh chóng bị mất chất.

62. Thanh lọc đu đủ dâu tây

SẢN LƯỢNG 11/4 CỐC

Thành phần:

- 2 quả đu đủ
- 1 cốc dâu tây, còn nguyên vỏ

Hướng dẫn:

a) Ép đu đủ và dâu tây bằng máy ép trái cây điện tử theo hướng dẫn của nhà sản xuất.

b) Khuấy đều và thưởng thức!

63. Cocktail táo dưa chuột

CHO RA 1 CỐC

Thành phần:

- 1 quả dưa chuột cỡ vừa
- 1 quả táo vừa, bỏ lõi
- Nước để làm 1 cốc nước ép

Hướng dẫn:

a) Ép dưa chuột và táo bằng máy ép trái cây điện tử theo hướng dẫn của nhà sản xuất.

b) Thêm nước để tạo thành 1 cốc và trộn đều. Uống và thưởng thức!

64. Sinh tố bơ

SẢN LƯỢNG 11/2 CỐC

Thành phần:

- 2 lá cải xoăn hoặc cải Thụy Sĩ, thái nhỏ
- 1/2 cốc xoài thái miếng
- 1/4 quả bơ
- 1/2 cốc nước dừa
- 1/2 cốc đá

Hướng dẫn:

a) Xay cải xoăn hoặc cải Thụy Sĩ và các miếng xoài bằng máy ép trái cây điện tử theo hướng dẫn của nhà sản xuất.

b) Đổ hỗn hợp vào máy xay sinh tố rồi thêm bơ, nước dừa và đá.

c) Trộn cho đến khi mịn.

65. Sữa rửa mặt Minty Melon

SẢN LƯỢNG 11/2 CỐC

Thành phần:

- 1/2 quả dưa lưới, gọt vỏ và bỏ hạt
- 1/4 cốc lá bạc hà tươi
- 1/4 cốc rau mùi tây
- 1 cốc quả việt quất

Hướng dẫn:

a) Cắt dưa thành từng miếng và cho vào máy ép trái cây điện tử theo hướng dẫn của nhà sản xuất.

b) Vo tròn lá bạc hà và rau mùi tây lại, nén chặt rồi cho vào máy ép.

c) Thêm quả việt quất.

d) Đánh đều nước ép để hòa quyện các nguyên liệu và thưởng thức!

66. Quả nam việt quất kỳ diệu

SẢN LƯỢNG 11/2 CỐC

Thành phần:

- 3/4 cốc nam việt quất
- 3 củ cà rốt cỡ vừa, cắt tỉa
- 2 quả táo, bỏ lõi

Hướng dẫn:

a) Ép quả nam việt quất bằng máy ép trái cây điện tử theo hướng dẫn của nhà sản xuất.

b) Thêm cà rốt và táo.

c) Trộn đều nước ép và dùng.

67. Thanh lọc bắp cải và cải xoăn

SẢN LƯỢNG 11/2 CỐC

Thành phần:

- 1 chén bông cải xanh
- 1 cây bắp cải đỏ nhỏ
- 3 lá cải xoăn lớn hoặc cải cầu vồng

Hướng dẫn:

a) Ép bông cải xanh bằng máy ép trái cây điện tử theo hướng dẫn của nhà sản xuất.
b) Cắt bắp cải thành từng miếng và cho vào máy ép.
c) Thêm cải xoăn hoặc cải cầu vồng.
d) Trộn đều nước ép và dùng riêng hoặc dùng với đá.

68. Yamtastic

SẢN LƯỢNG 11/2 CỐC

Thành phần:

- 3 quả cam, đã gọt vỏ
- 2 quả lê Anjou, bỏ lõi
- 1 củ khoai mỡ lớn, đã gọt vỏ

Hướng dẫn:

a) Xử lý các múi cam bằng máy ép trái cây điện tử theo hướng dẫn của nhà sản xuất.

b) Thêm lê vào.

c) Cắt khoai mỡ thành từng miếng và cho vào máy ép. Ăn kèm với đá.

69. Lò Luyện Kim

SẢN LƯỢNG 11/2 CỐC

Thành phần:

- 1 nhánh bông cải xanh
- 1/4 đầu bắp cải
- 1/4 đầu súp lơ
- lá cải xoăn
- 1/2 quả chanh, đã gọt vỏ
- 2 quả táo, bỏ lõi

Hướng dẫn:

a) Xay nhuyễn các phần bông cải xanh bằng máy ép trái cây điện tử theo hướng dẫn của nhà sản xuất.

b) Thêm bắp cải, sau đó là súp lơ.

c) Thêm cải xoăn, sau đó là chanh và táo.

d) Đánh đều nước ép cho hòa quyện và cho vào đá.

70. Rượu táo quế

SẢN LƯỢNG 11/2 CỐC

Thành phần:

- 2 quả táo, bỏ lõi
- 8 nhánh cần tây
- Một chút quế

Hướng dẫn:

a) Ép táo bằng máy ép trái cây điện tử theo hướng dẫn của nhà sản xuất.
b) Thêm cần tây. Thêm quế vào nước ép thu được.
c) Đánh đều nước ép cho hòa quyện và dùng ngay.

71. Thanh lọc rau củ

SẢN LƯỢNG 11/2 CỐC

Thành phần:

- 1/2 củ cải đường cỡ vừa, bỏ đuôi và cắt tỉa
- 3 củ cà rốt cỡ vừa, cắt tỉa
- 2 quả táo, bỏ lõi
- 1 củ khoai lang vừa, cắt thành từng miếng
- 1/4 củ hành tây Tây Ban Nha ngọt hoặc Vidalia, đã bóc vỏ

Hướng dẫn:

a) Xay củ cải đường và cà rốt bằng máy ép trái cây điện tử theo hướng dẫn của nhà sản xuất.

b) Thêm táo và khoai lang, sau đó là hành tây.

c) Trộn đều nước ép để hòa quyện các nguyên liệu và dùng ngay.

72. Trà xoài

CHO RA 2 CỐC

Thành phần:

- 1/2 quả xoài, gọt vỏ và bỏ hạt
- 1 cốc nước nóng
- 1 túi trà thảo mộc

Hướng dẫn:

a) Ép xoài bằng máy ép trái cây điện tử theo hướng dẫn của nhà sản xuất.
b) Đổ nước vào túi trà và ngâm trong 2 phút.
c) Thêm 1/4 cốc nước ép xoài vào trà và khuấy đều.

73. Uống rau xanh của bạn

Thành phần:

- 2 cốc lá rau bina non
- 6 Cần tây
- 2 quả dưa chuột lớn
- 1/2 quả chanh
- 2 quả táo vừa
- Gừng 1-2 inch
- 1/4 - 1/2 cốc lá mùi tây

Hướng dẫn

a) Rửa sạch, sơ chế và cắt nhỏ thực phẩm.

b) Cho từng loại thực phẩm vào máy ép một.

c) Dùng lạnh với đá. Có thể bảo quản trong lọ hoặc ly đậy kín trong tủ lạnh trong 7-10 ngày. Lắc hoặc khuấy đều trước khi uống.

74. Chất giải độc

Thành phần:

- 2-3 củ cải đường
- 6 củ cà rốt
- 2 quả táo vừa
- 1/2 quả chanh
- Gừng 1-2 inch

Hướng dẫn

a) Rửa sạch, sơ chế và cắt nhỏ thực phẩm.
b) Cho từng loại thực phẩm vào máy ép một.
c) Dùng lạnh với đá. Có thể bảo quản trong lọ hoặc ly đậy kín trong tủ lạnh trong 7-10 ngày. Lắc hoặc khuấy đều trước khi uống.

75. Tầm nhìn

Thành phần:

- 8 củ cà rốt lớn
- 2-3 quả cam rốn
- Gừng 1-2 inch
- 1 inch nghệ (tùy chọn)

Hướng dẫn

a) Rửa sạch, sơ chế và cắt nhỏ thực phẩm.
b) Cho từng loại thực phẩm vào máy ép một.
c) Dùng lạnh với đá. Có thể bảo quản trong lọ hoặc ly đậy kín trong tủ lạnh trong 7-10 ngày. Lắc hoặc khuấy đều trước khi uống.

76. Cà rốt ngọt

Thành phần:

- 10 củ cà rốt lớn
- 2 quả táo vừa
- 1/4 cốc rau mùi tây (tùy chọn)

Hướng dẫn

a) Rửa sạch, sơ chế và cắt nhỏ thực phẩm.

b) Cho từng loại thực phẩm vào máy ép một.

c) Dùng lạnh với đá. Có thể bảo quản trong lọ hoặc ly đậy kín trong tủ lạnh trong 7-10 ngày. Lắc hoặc khuấy đều trước khi uống.

ÉP NƯỚC ÉP ĐỂ LÀM CHẬM QUÁ TRÌNH LÃO HÓA

77. Nước ép nho đỏ

Khẩu phần: 6 khẩu phần

Thành phần

- 1-2 lbs. Nho đỏ
- 2 cốc nước
- $\frac{1}{4}$ cốc đường

Hướng dẫn:

a) Đổ nho vào máy xay sinh tố .
b) Thêm nước và đường.
c) Lọc lấy phần bã nếu muốn.
d) Dùng lạnh.

78. Nước ép dưa chuột

Thành phần

- 6 cốc nước
- 2 quả dưa chuột Anh
- 1 nước cốt chanh và vỏ chanh
- 2 thìa bạc hà tươi

Hướng dẫn:

a) Cắt bỏ phần đầu của dưa chuột và gọt vỏ. Cắt thành nhiều miếng lớn hơn.

b) Cho dưa chuột, nước, vỏ chanh, nước cốt chanh và bạc hà vào máy xay thực phẩm hoặc máy xay sinh tố. Xay các nguyên liệu trong 2-3 phút cho đến khi mịn.

c) Đặt một cái rây lên một cái bát lớn hơn và đổ nước ép dưa chuột vào rây. Dùng thìa để di chuyển nước ép qua rây cho đến khi không còn nước ép chảy ra nữa. Bỏ phần chất rắn.

d) Thưởng thức nước ép dưa chuột ngay lập tức hoặc bảo quản trong tủ lạnh đến 24 giờ.

79. Nước ép hỗn hợp tươi trẻ

Khẩu phần ăn: 1 khẩu phần

Thành phần

- 2 cốc táo
- 2 cốc quả việt quất

Hướng dẫn:

a) Rửa sạch tất cả các loại trái cây sau đó dùng khăn giấy thấm khô.

b) Gọt vỏ táo và cắt thành từng miếng vừa với ống nạp của máy ép trái cây.

c) Cho trái cây vào máy ép trái cây. Nhấn máy ép trái cây xuống cho đến khi nước ép tươi bắt đầu chảy ra. Việc ép nguyên liệu sẽ tùy thuộc vào loại máy ép trái cây bạn sở hữu.

d) Khi bạn có đủ nước ép để rót đầy một cốc, hãy thưởng thức hỗn hợp nước ép chống lão hóa này.

80. Nước ép trái cây hồng trẻ trung

Khẩu phần ăn: 1 khẩu phần

Thành phần

- ½ cốc dâu tây
- 1 cốc quả việt quất
- 1 ½ cốc nước
- 1 lá cải xoăn lớn
- 1 củ cải đường nhỏ

Hướng dẫn:

a) Rửa sạch tất cả các loại trái cây và rau củ sau đó dùng khăn giấy thấm khô.

b) Gọt vỏ củ cải đường và bỏ cuống lá cải xoăn.

c) Cắt tất cả nguyên liệu thành từng miếng vừa với ống nạp của máy ép trái cây.

d) Cho các miếng trái cây và rau củ vào máy ép trái cây. Nhấn máy ép trái cây xuống cho đến khi nước ép tươi bắt đầu chảy ra. Việc ép các thành phần sẽ tùy thuộc vào loại máy ép trái cây mà bạn sở hữu.

e) Khi bạn có đủ nước ép để rót đầy một ly và thưởng thức hỗn hợp nước ép tươi mát này, trông rất tuyệt và hương vị còn ngon hơn nữa.

ÉP NƯỚC ÉP CHO CƠ THỂ KHỎE MẠNH

81. Vụ nổ việt quất

SẢN LƯỢNG 11/2 CỐC

Thành phần

- 1 cốc quả việt quất
- 2 củ cà rốt lớn, cắt tỉa
- 1/2 cốc miếng dứa tươi

Hướng dẫn:

a) Thực hiện theo hướng dẫn của nhà sản xuất, chế biến việt quất, cà rốt và dứa theo bất kỳ thứ tự nào bạn muốn.

b) Khuấy hoặc lắc nước ép cho đến khi hòa quyện hoàn toàn, có thể thêm đá tùy theo sở thích.

c) Uống ngay sau khi pha.

82. Nước ép cam dâu tây

SẢN LƯỢNG 11/2 CỐC

Thành phần

- 1 quả cam lớn, đã gọt vỏ
- 1 cốc dâu tây
- 1 quả chuối, đã lột vỏ

Hướng dẫn:

a) Ép cam và dâu tây bằng máy ép trái cây điện tử theo hướng dẫn của nhà sản xuất.
b) Thêm chuối vào và cho vào máy xay cho đến khi hỗn hợp mịn. Dùng ngay.

83. Nước ép chuối cam

SẢN LƯỢNG 11/2 CỐC

Thành phần

- 1 củ khoai lang nhỏ, gọt vỏ
- 1 củ cà rốt lớn, cắt tỉa
- 2 quả lê chín, bỏ lõi
- 3 quả cam vừa, đã gọt vỏ

Hướng dẫn:

a) Cho cà rốt và khoai lang vào máy ép trái cây theo hướng dẫn của nhà sản xuất.

b) Thêm lê và múi cam vào và chế biến.

c) Trộn đều nước ép trước khi dùng.

84. Dưa chuột cay

CHO RA 1 CỐC

Thành phần

- 1 quả dưa chuột
- 1 tép tỏi, lột vỏ
- 2 cây hành lá, cắt tỉa
- 1/2 quả ớt jalapeño
- 2 quả chanh nhỏ hoặc chanh Mexico

Hướng dẫn:

a) Xử lý các thành phần theo bất kỳ thứ tự nào bằng máy ép trái cây điện tử theo hướng dẫn của nhà sản xuất.

b) Khuấy đều nước ép và cho thêm đá vào.

85. Máy làm đậu

CHO RA 1 CỐC

Thành phần

- 2 cốc đậu xanh tươi
- 5 lá xà lách romaine lớn
- 1 quả dưa chuột
- 1 quả chanh cắt thành 4, gọt vỏ

Hướng dẫn:

a) Ép đậu bằng máy ép điện tử theo hướng dẫn của nhà sản xuất.
b) Thêm rau diếp, tiếp theo là dưa chuột và chanh.
c) Trộn đều nước ép để hòa quyện các nguyên liệu và dùng riêng hoặc dùng với đá.

86. Cú đấm mạnh mẽ

LỢI SUẤT 1

Thành phần

- 1 củ khoai mỡ vừa, đã gọt vỏ
- 4 quả cam vừa, đã bóc vỏ
- 2 củ cà rốt cỡ vừa, cắt tỉa
- 1/2 cốc rau mùi tây tươi
- 1/2 quả dứa tươi, gọt vỏ và cắt thành từng miếng

Hướng dẫn:

a) Cắt khoai mỡ thành từng miếng theo yêu cầu. Xử lý bằng máy ép điện tử theo hướng dẫn của nhà sản xuất.
b) Thêm các múi cam vào, mỗi lần chỉ thêm vài múi.
c) Thêm cà rốt và miếng dứa vào.
d) Trộn đều nước ép thu được trước khi dùng.

87. Nước ép rau củ siêu ngon

SẢN LƯỢNG 11/2 CỐC

Thành phần

- 1 quả dưa chuột nguyên
- 6 lá xà lách romaine
- 4 nhánh cần tây, bao gồm cả lá
- 2 cốc rau bina tươi

Hướng dẫn:

a) Cắt dưa chuột thành từng miếng và cho vào máy ép trái cây theo hướng dẫn của nhà sản xuất.
b) Quấn lá rau diếp quanh thân cần tây và cho vào ống cho ăn.
c) Thêm rau bina, giá đỗ và rau mùi tây theo thứ tự bạn muốn.
d) Trộn đều nước ép trước khi dùng.

88. Bậc thầy củ cải đường

CHO RA 1 CỐC

Thành phần

- 2 củ cải đường cỡ vừa
- 2 quả táo, bỏ lõi
- 1 quả cam vừa, đã gọt vỏ
- 2 nhánh cần tây, có lá

Hướng dẫn:

a) Cọ sạch và cắt củ cải đường. Cắt thành từng khúc.

b) Xử lý củ cải đường qua ống cấp nước của máy ép trái cây điện tử theo hướng dẫn của nhà sản xuất.

c) Cắt táo thành từng miếng và cho vào máy ép trái cây, cùng với cam và cần tây.

d) Trộn đều nước ép và cho thêm đá vào.

89. Quả việt quất táo

CHO RA 1 CỐC

Thành phần

- 2 cốc quả việt quất tươi hoặc đông lạnh
- 1 quả táo, bỏ lõi
- 1 miếng chanh hoặc chanh xanh, đã gọt vỏ

Hướng dẫn:

a) Ép quả mọng bằng máy ép trái cây điện tử theo hướng dẫn của nhà sản xuất.
b) Thêm táo, sau đó là chanh hoặc chanh xanh.
c) Khuấy hoặc lắc đều nước ép để trộn đều các nguyên liệu và dùng.

90. Người tiếp thêm năng lượng

CHO RA 2 CỐC

Thành phần

- 2 quả táo, bỏ lõi
- 1/2 quả dưa chuột
- 1/4 củ thì là
- 2 nhánh cần tây, bao gồm cả lá
- 1/2 quả chanh, đã gọt vỏ
- 1 miếng gừng, khoảng 1/4 inch
- 1/2 cốc cải xoăn
- 1/2 cốc rau bina
- 6 lá xà lách romaine

Hướng dẫn:

a) Thêm cần tây, sau đó là chanh và gừng.

b) Nhẹ nhàng xé nhỏ phần rau xanh còn lại và chế biến.

c) Trộn đều nước ép trước khi dùng. Dùng kèm đá nếu thích.

91. Rau diếp chơi

SẢN LƯỢNG 11/2 CỐC

Thành phần

- 1/2 cây xà lách romaine
- 1/2 đầu rau diếp lá đỏ
- 2 nhánh cần tây, có lá

Hướng dẫn:

a) Xử lý rau diếp và cần tây bằng máy ép trái cây điện tử theo hướng dẫn của nhà sản xuất.
b) Dùng riêng nước ép hoặc uống kèm đá.

92. Sự kết hợp tốt nhất của cả hai thế giới

SẢN LƯỢNG 11/2 CỐC

Thành phần

- 4-6 củ cà rốt cỡ vừa, cắt tỉa
- 1 củ khoai lang vừa, gọt vỏ
- 1 quả ớt chuông đỏ, bỏ hạt
- 2 quả kiwi
- 1 miếng gừng 1 inch
- 1/2 quả chanh, đã gọt vỏ
- 2 nhánh cần tây, có lá

Hướng dẫn:

a) Ép cà rốt bằng máy ép trái cây điện tử theo hướng dẫn của nhà sản xuất.
b) Thêm khoai lang, sau đó là hạt tiêu.
c) Thêm kiwi và gừng.
d) Thêm chanh và cần tây.
e) Khuấy hoặc lắc đều nước ép để hòa quyện và dùng riêng hoặc với đá.

93. Niềm vui giản đơn

CHO RA 1 CỐC

Thành phần

- 4 củ cà rốt lớn, cắt tỉa
- 1 quả cam, đã gọt vỏ

Hướng dẫn:

a) Ép cà rốt bằng máy ép trái cây điện tử theo hướng dẫn của nhà sản xuất.
b) Thêm các đoạn màu cam.
c) Đánh hoặc lắc đều nước ép để hòa quyện và dùng.

94. Đỏ, Trắng và Đen

SẢN LƯỢNG 11/2 CỐC

Thành phần

- 1 cốc nho đỏ
- 1 cốc nho trắng
- 1/2 cốc nho đen

Hướng dẫn:

a) Xử lý nho bằng máy ép trái cây điện tử theo hướng dẫn của nhà sản xuất.
b) Thêm nho khô vào.
c) Dùng riêng nước ép hoặc uống kèm đá.

95. Cocktail dứa cần tây

CHO RA 1 CỐC

Thành phần

- 3 lát dứa tươi (1 inch), đã gọt vỏ
- 3 nhánh cần tây, có lá

Hướng dẫn:

a) Cho miếng dứa và cần tây vào máy ép trái cây.

b) Uống nước ép ngay.

96. Đấm dưa chuột mật ong

CHO RA 2 CỐC

Thành phần

- 1/2 quả dưa chuột
- 1/4 quả dưa lê nhỏ
- 1 cốc nho xanh không hạt
- 2 quả kiwi, đã gọt vỏ
- 3/4 cốc rau bina
- 1 nhánh bạc hà
- 1 quả chanh, đã gọt vỏ

Hướng dẫn:

a) Ép dưa chuột và dưa lưới bằng máy ép trái cây điện tử theo hướng dẫn của nhà sản xuất.

b) Thêm nho và kiwi.

c) Thêm rau bina và bạc hà, sau đó là chanh.

d) Trộn đều nước ép để hòa quyện các nguyên liệu và dùng ngay.

97. Thuốc kỳ diệu

CHO RA 1 CỐC

Thành phần

- 1 quả xoài, gọt vỏ và bỏ lõi
- 1/2 cốc đào
- 1/2 cốc miếng dứa
- 2 thìa mật ong thô
- 1 thìa gừng tươi nạo
- 1 cốc quả việt quất

Hướng dẫn:

a) Ép xoài bằng máy ép trái cây điện tử theo hướng dẫn của nhà sản xuất.

b) Thêm từng miếng đào và dứa vào, mỗi lần chỉ một ít.

c) Trộn mật ong với gừng và quả việt quất rồi cho vào máy ép trái cây.

d) Trộn đều nước ép trước khi dùng.

98. Đêm trên thị trấn Tonic

THÀNH PHẦN | SẢN LƯỢNG 21/2 CỐC (2 PHẦN ĂN)

Thành phần

- 1 củ cải đường nhỏ
- 6 củ cà rốt cỡ vừa, cắt tỉa
- 1 quả ớt xanh, bỏ hạt
- 1 quả ớt chuông đỏ, bỏ hạt
- 1/2 cốc cải xoăn
- 2 cốc lá rau bina non
- 2 quả cà chua lớn
- 1/4 đầu bắp cải tươi
- 2 nhánh cần tây
- 2 cây hành lá, cắt tỉa
- 1 tép tỏi nhỏ, lột vỏ
- 1 thìa muối
- Nước sốt ớt cay, vừa ăn

Hướng dẫn:

a) Ép củ cải đường và cà rốt bằng máy ép trái cây điện tử theo hướng dẫn của nhà sản xuất.
b) Thêm ớt chuông, sau đó là cải xoăn và rau bina.
c) Thêm cà chua, bắp cải và cần tây
d) Cuối cùng, thêm hành tây, tỏi và muối.
e) Khuấy đều nước ép cho hòa quyện, nêm nước sốt cay cho vừa ăn và rót thêm đá để tăng thêm độ ẩm.

99. Nước ép nam việt quất

Thành phần

- 2 lít nước
- 8 cốc nam việt quất tươi hoặc đông lạnh
- 1-1/2 cốc đường
- 1/2 cốc nước cốt chanh
- 1/2 cốc nước cam

Hướng dẫn

a) Trong nồi gang hoặc chảo lớn, đun sôi nước và quả nam việt quất. Giảm nhiệt; đậy nắp và đun nhỏ lửa cho đến khi quả bắt đầu nổ, 20 phút.

b) Lọc qua rây mịn, ấn hỗn hợp bằng thìa; bỏ quả mọng. Đổ nước ép nam việt quất trở lại chảo. Khuấy đường, nước cốt chanh và nước cam. Đun sôi; nấu và khuấy cho đến khi đường tan.

c) Nhấc ra khỏi bếp. Để nguội. Đổ vào bình; đậy nắp và để lạnh cho đến khi lạnh.

100. Nước ép lựu

Thành phần

- 5 đến 6 quả lựu lớn

Hướng dẫn:

a) Dùng dao gọt, cắt bỏ phần quả lựu trông giống vương miện. Tôi thích hướng dao gọt xuống dưới và tạo thành một vòng tròn quanh vương miện.

b) Rạch quả lựu thành từng phần. Tôi thấy khía quả lựu 4 lần là đủ, nhưng bạn có thể khía thêm vài lần nữa.

c) Tách quả lựu thành từng phần.

d) Đổ đầy nước mát vào một cái bát lớn. Bẻ nhỏ quả lựu dưới nước. Nó giúp ngăn nước lựu bắn tung tóe khắp nơi.

e) Sau khi tách xong quả lựu khỏi vỏ, hãy đổ hết nước ra khỏi quả.

f) Đổ cho vào máy xay sinh tố. Xay cho đến khi tất cả các hạt đã bị nghiền nát nhưng hầu hết các hạt vẫn còn nguyên vẹn. Việc này thường mất không quá 15 đến 20 giây.

g) Đổ nước ép qua rây lọc. Bạn sẽ thấy nước ép chảy qua rây lọc khá chậm vì phần bã khá đặc. Để đẩy nhanh quá trình, hãy dùng thìa cao su để ấn phần bã vào rây lọc. Nước ép sẽ chảy qua nhanh hơn.

h) Đổ nước ép vào ly để dùng. 5 đến 6 quả lựu lớn sẽ cho ra khoảng 4 cốc nước ép. Nước ép còn lại có thể bảo quản trong lọ trong tủ lạnh từ 5 đến 6 ngày.

PHẦN KẾT LUẬN

Và đó là tất cả những gì bạn cần!

Mọi thứ bạn cần biết về ép nước trái cây. Đến giờ, bạn đã được trang bị thông tin cần thiết để bắt đầu hành trình ép nước trái cây của riêng mình một cách an toàn và đúng cách. Như đã hứa ở phần đầu của cuốn sách, tôi đã chia sẻ với bạn mọi thứ tôi đã học và khám phá trong suốt hành trình ép nước trái cây của mình. Chúng tôi đã bắt đầu cuốn sách điện tử này bằng cách định nghĩa ép nước trái cây là gì, trả lời câu hỏi quan trọng nhất liên quan đến ép nước trái cây, thảo luận về lợi ích của ép nước trái cây và bạn thậm chí còn học được những điều quan trọng nhất cần ghi nhớ khi bắt đầu ép nước trái cây. Chương tiếp theo là về việc tìm máy ép trái cây hoàn hảo. Tại đây, bạn đã tìm hiểu tất cả về các loại máy ép trái cây khác nhau cùng với toàn bộ quy trình tìm máy ép trái cây tốt nhất

www.ingramcontent.com/pod-product-compliance
Lightning Source LLC
LaVergne TN
LVHW011021061026
849535LV00006B/1999